...CE DE PLACE

TRADUIT EN QUỐC-NGỮ

(Extrait du décret du 16 juin 1907)

PAR

M. REINERT

*Inspecteur de 1re classe de la Garde Indigène,
Commandant la Brigade de Garde Indigène de Bac-giang.*

A l'usage des gradés indigènes de la
Garde Indigène et des différentes unités militaires
en service en Indochine.

HANOI-HAIPHONG
Imprimerie d'Extrême-Orient

—

1916

SERVICE DE PLACE

TRADUIT EN QUÔC-NGỮ

(Extrait du décret du 16 juin 1907)

PAR

M. REINERT

Inspecteur de 1re classe de la Garde Indigène,
Commandant la Brigade de Garde Indigène de Bac-giang.

A l'usage des gradés indigènes de la
Garde Indigène et des différentes unités militaires
en service en Indochine.

HANOI-HAIPHONG
Imprimerie d'Extrême-Orient

—

1916

VIỆC QUAN NHÀ LẬP LÁCH

(Service de place)

(Chỉ dụ ngày mồng ỷtháng 10 năm 1909 và ngày
16 tháng 6 năm 1907).

Những điều chung (Dispositions générales).

Khoản thứ 1. — Những nhà lập lách ở trại thì chia
ra nhà lập lách trong trại và những nhà lập lách có
thành quách.

Cách gọi nhà lập lách có thành quách là tùy theo
hoặc những tỉnh có thành quách sẵn, hoặc những thành
biệt ra một mình, hoặc ở những lũ đồn hờ.

Sự phân hạng như hàng nhà lập lách có thành quách
thì chỉ cốt ở như một luật mà phân ra.

SỰ SỬA SANG CHUNG VIỆC QUAN
(ORGANISATION GÉNÉRALE DU SERVICE).

Quan tư mẫu-binh (Commandant d'armes).

Khoản thứ 2. — Việc quan trong trại thì có một
ông quan coi sóc gọi là quan tư mẫu-binh.

Việc ấy phải để hơn bớt người đi cho vừa thôi, dừng
có lúc nào chắc cần đến, để cho khỏi trở ngại việc tập
tành và để cho không có ông quan nào hay là người lính
nào nhác được việc tập chính trong hằng ngày.

Tiếng hiệu (Du mot).

Khoản thứ 3. — Ông quan tư mẫu-binh đặt ra
« tiếng hiệu ».

Tiếng hiệu là hai tên chắp lại : Tên trước gọi là tiếng
khẩu hiệu (mot d'ordre), là tên một người anh hùng,
một ông quan đại tướng danh tiếng hay là tên người lính
nào gan đảm chết ở trận tiền ; tên sau, gọi là tiếng hiệu
riêng (mot de ralliement) là tên một trận nào, một tỉnh
nào, hay là cái nết tốt hoặc về văn hoặc về võ.

Quan coi đầu bàn giấy trong trại
(Major de la garnison).

Khoản thứ 4. — Ông quan tư mẫu-binh cử một ông quan võ chức to ra làm chức coi đầu bàn giây trong trại ; ông quan ày, được phép, phải coi sóc các thứ công việc. Ông ày theo lệnh quan mẫu-binh và chuyển cho những lính thông tin (nhât là lính đi xe đạp) của các quan coi các đạo binh.

Ông ày đặt ra những hiệu lệnh về các thứ canh gác ; và cứ trước giờ sắp gác thì gửi tiếng khẩu hiệu vào trong phong bì gắn si cho các quan coi các đạo binh và các quan coi các sở việc quan để các ông ày chuyển đi.

Ông ày phải tư báo với những ông quan về dự-bị, nhât là về việc tập trận, diễn-thuyết, giậy tập và các nhời khác.

Sáng nào cũng có một người lính thông tin (agent de liaison) mang đến cho ông ày những tờ bẩm của các quan coi các đạo binh, của các quan đồn, những ông quan coí việc đi róm hay là việc khám soát và của những trức việc đi róm về.

Những quan và trức việc giúp quan coi đầu bàn giấy trong trại. (Officiers et sous-officiers adjoints au major de la garnison).

Khoản thứ 5. — Ông quan coi đầu bàn giây trong trại có những quan chức gọi là quan phụ biện trong cơ, những trức việc hay là những lính lày ở sơ vít ngoài vào giúp đỡ công việc. Một người phải giữ sổ sách trong nhà lập lách.

Chia việc quan (Répartition du service).

Khoản thứ 6. — Việc quan trong trại thì có việc làm từng người một, như là việc đi khám nhà thương, nhà pha, các vọng canh, các bọn róm, những việc đi sứ, những việc ày thì có quan hay là lính làm, và có những việc làm từng bọn một, như là việc canh gác và bíc kẻ, lày từng đạo binh, từng bọn một, từng đội hay là từng cơ một ra làm.

Những việc ấy thì quan mẫu-binh chia ra trong các đạo binh và các toán quân trong trại theo thứ tự đã định trước, mà tùy theo số quân nhiều ít của mỗi đạo binh và của mỗi toán quân ấy.

Sự thứ tự có :

1o Một lượt về những việc làm từng người một ;

2o Hai lượt về những việc làm từng bọn một như là :

Lượt thứ nhất : việc làm từng bọn ngoại lúc quan văn có lấy đến ;

Lượt thứ hai : việc làm từng bọn một lúc quan văn có lấy đến.

Để làm những việc ấy, thì những quan coi các đạo binh hay là các toán quân cắt quan hay lính ra làm, khi về việc quan làm từng người một, và cắt những bọn lính ra khi về việc quan làm từng bọn một, cứ theo như thứ tự mình đã định trước và phải có lần lượt như đã nói ở trên.

Việc đặt có thứ tự ấy để chia việc quan cũng có khi có thể đổi được ; như phải trình ngay cho quan trên mình biết.

Việc đặt có thứ tự nói ở đoạn thứ ba không nói đến việc đi róm và việc khám soát các vọng canh ; những người cử ra việc ấy thì lấy ngay ở những cơ nào có lính ra gác ấy ; đi róm và đi khám cũng ở ngay trong các vọng canh ấy thôi.

Sự sửa sang những việc quan làm từng bọn một (Organisation des services collectifs).

Khoản thứ 7. — Những việc quan làm từng bọn một thì có những các đạo binh và các toán quân trong trại làm, mà nếu quan mẫu binh xem có cần nữa, thì trong những bọn ấy có cả compagnies và sích soong thợ pháo thủ, sích soong những người làm giây và tuyển lính, những sích soong những người học thuốc.

Những đạo binh, những bọn quân, những cơ hay một phần có đi :

Hoặc với một phần cai đội ;

Hoặc với tuốt cả cai đội ;

Hoặc với cả cai đội lấy thêm vào.

Như điều sau này thì có cử thêm phải theo lượt từng người một.

Những lính canh gác của đạo binh nào cử ra thì gác ngay ở các vọng gần trại đạo ấy hay là những vọng thuộc riêng về đạo binh ấy.

Số lính cắt ra gác thì phải làm thế nào cho lính bộ được nghỉ sáu đêm luôn và lính ky mã được nghỉ tám đêm luôn, những đêm canh truồng ngựa cũng ăn vào số ấy.

Sức mạnh của những vọng canh gác (Force des postes).

Khoan thứ 8. — Sức mạnh của những vọng canh thường phải theo số lính cắt ra gác, như 3, 4 người ra gác cùng một vọng, thì phải để cho trong 24 giờ mỗi người lính gác hoặc gác 8 giờ là nhiều, hoặc ít ra cũng 6 giờ.

Việc sếp đổn canh thì chỉ giao cho những trức việc được thôi.

Việc coi như là làm rồi (Service censé fait).

Khoản thứ 9. — Khi việc gì đã phải đổi chỗ mà lại bỏ đi, thì quan tư mẫu binh phải hỏi ngay ông quan coi đạo binh hay là coi sơ vít nào và định ngay nếu việc ấy có nên cho như là đã làm rồi không.

Những ông quan được trừ việc quan, hễ có cắt phải lượt mình trong khi được trừ ấy thì cũng không phải làm ; những ông quan mà ốm, đi vắng có phép hay là có việc quan gì ngăn chở không làm được việc quan thì cũng thế.

Những lính gác (Gardes).

Khoản thứ 10. — Những lính gác cứ trong hai mươi bốn giờ thì đổi ; cũng có khi đổi trong mười hai giờ, như phải có quan coi đạo binh xin mà quan tư mẫu binh y cho thì mới được.

Những lính gác bóp bổ lít cũng vào đây ; cắt những ai thì đã có quan coi đạo binh định rồi trình quan tư mẫu binh biết.

Những lính bích kê (Piquets).

Khoan thứ 11. — Những lính bích kê là dùng để thay vào những toán quân và những lính gác ngộ khi phải gọi đi đâu trong hai mươi bốn giờ.

Khi quan mẫu binh xem cần phải cắt lính bích kê, thì ông ấy định trong mỗi đạo binh và lúc cần thì cả trong một trại nữa phải cắt bao nhiêu lính ra.

Trong lúc những lính bích kê phải trực thì không được đi đâu khỏi trại cả.

Những ông quan và lính được phép ở ngoài phố thì bao giờ có lệnh quan coi đạo binh mới phải ở trại.

NHỮNG LỆ CHUNG VỀ VIỆC CANH GÁC
(RÈGLES GÉNÉRALES DU SERVICE DES GARDES).

Sự đổi gác (Relèvement de la garde).

Khoan thứ 12. — Bọn lính vào gác gọi là lính đi đổi gác, mà bọn lính thôi gác thì gọi là gác về.

Những bọn gác thì lập theo thứ tự đã định ở điều lệ nói về trận giả.

Người coi bọn lính gác đi đổi thì khi đến đồn gác cách 50 bước, bắt cắm lưỡi lê vào súng; rồi dẫn lính gác vào chỗ gác và bắt giơ súng ra chào.

Còn như người coi bọn lính gác về thì bắt cắm súng trước và sắp đứng hàng ra, để về bên chái đủ một chỗ cho bọn lính đi đổi gác đến đứng; nếu chỗ đất hẹp không sắp thể được, thì để bọn mình đứng ở trước đồn gác, để cho bọn lính đến đổi gác có chỗ mà đứng.

Hô giơ súng ra chào, cắm lưỡi lê vào súng; chồng hay kèn cả hai bọn lính cũng đánh và thổi lối « aux champs en marchant » ; những lính thổi kèn thì thổi điệu đi.

Khi hô hạ súng xuống rồi, thì hai người coi hai bọn lính đi đến nhau và chào lẫn nhau bằng súng hay bằng gươm nếu hai người cùng là quan cả. Người coi bọn gác về bàn giao công việc và giao các đồ đạc cho người coi bọn đến đổi gác; người coi bọn lính này nhận lấy gác rồi họp các cai đội vào để cho tiếng khẩu hiệu.

Những lính gác chỉ biết được tiếng hiệu riêng thôi (mot de ralliement).

Một người trức việc ở bọn đền gác hay là nếu vắng người ấy thì một người lính nào quyền trức sự ra đổi những lính gác với một người trức việc ở bọn lính gác về.

Hễ khi những lính đổi cả rồi, thì những người coi hai bọn lính lại hô giơ súng ra chào ; trông kèn lại đánh và thổi lõi «aux champs en marchant»; những lính kèn lại thổi điệu kèn đi ; người coi bọn lính gác về, khi đã hô cầm lưỡi lê và bống súng lên vai rồi,thì dẫn lính về trại.

Bọn lính đền gác thì vào đồn canh gác.

Lệnh cho các vọng canh gác
(Consignes des Postes)

Khoản thứ 13. — Lệnh cho các vọng canh gác có hai thứ : lệnh trung là trung cả cho các vọng gác và lệnh riêng là tùy theo thể chỗ vọng gác đóng và tùy theo cái mục đích mà có vọng gác đóng ở đầy.

Những lệnh thì dán ở trong mỗi đạo do tuân (đồn canh).

Những lính gác lại được lệnh chuyển miệng nữa.

Trong những lúc cần kíp, những quan đi khám các đồn canh và những phó-quản ở trong trại có thể chuyển lệnh thi hành tạm được. Họ biên những lệnh ấy vào tờ giấy và trình ngay ống quan coi đầu bàn giấy trong trại. Người coi vọng canh cũng biên vào giấy trình của mình.

Cách dùng súng (Usage des armes).

Khoản thứ 14. — Những vọng canh, những bọn lính gác, lính bích kê và ba trui chỉ được dùng súng để dẹp yên theo như các điều lệ định ở khoản 71.

NÓI VỀ NHỮNG NGƯỜI SẾP VÀ TRỨC VIỆC Ở CÁC ĐỒN CANH (DES CHEFS ET GRADÉS DES POSTES).

Bồn phận (Devoirs).

Khoản thứ 15. — Bồn phận thứ nhất của người sếp đồn canh là khi đền vọng gác phải biệt những lệnh dặn ở đầy. Hỏi người sếp trước mà mình thầy những tin tức cần dùng về việc quan trong hai mươi bồn giờ. Nều thầy ai phạm gian ở trong đồn gác, thì hỏi người ta các lệnh bắt người ta phải ở lại và liệu mà dải người ta đi đến nơi.

Người coi vọng gác sem xét các đồ đạc ở trong vọng gác và biên vào tờ bẩm.

Người ầy phải trách cứ tất các thứ việc quan. Phải giậy những cai đội biết bổn phận của họ. Phải dặn bảo cho người ta biết rằng họ phải trách cứ với mình về việc lính ăn mặc, về việc lính tuân lệnh, về việc sạch sẽ trong vọng gác và chung quanh, cùng cả việc giữ gìn các đồ đạc đã kê ở trong giây.

Người coi ầy không được đi dâu; ăn cơm ở ngay vọng gác.

Những cai đội cũng giữ nguyên quần áo mặc như lúc mới đền cũng như là mọi người lính vậy; họ có thể để bao và súng xuồng được. Cơm cũng phải mang đền vọng canh mà ăn như là lính vậy.

Người coi vọng canh không được cho ai ăn hay uồng ở trong vọng canh, không được giong cờ bạc, không được cho phép người lính gác nào đi sa. Ngoại việc quan thì không được cho ai vào vọng canh.

Bất cứ ai, dù chức tước gì hay làm việc gì, hễ chửi lính gác là bắt ngay lập tức. Nều người lính gác bị đánh thì người ầy có thể dùng súng của mình được.

Người sếp đồn canh phải xem để dải những người bị bắt, tùy đẫy hoặc là lính hay là dân, đền trước cac quan chánh sự đã nói ở lệnh.

Những đứa bắt được ban đêm thì hãi giữ tạm ở trong vọng canh.

Những đứa bị bắt về sự say rượu thì bao giờ khỏi say mới dải đi.

Người sếp vọng cạnh phải trông nom kỹ về những người bị bắt.

Ngày nào cũng phải gửi người lính mang lệnh ở nhà lập lách đền cho mình, một tờ bẩm về cho quan coi dấu bàn giây trong trại.

Nều có việc gì hệ trọng sẩy ra, thì phải làm tờ bẩm riêng và sai một người lính ở vọng canh mang đền bàn giây nhà lập lách.

Lúc động, lúc nhộn nhạo, lúc bị đánh hay là cháy (cas d'alarme, de trouble, d'attaque ou d'incendie).

Khoản thứ 16. — Lúc có động thì người sếp vọng canh phải giữ bọn lính mình súng ống sẵn sàng. Không bao giờ được để cho hội họp ở gần ngay vọng canh gác.

Nếu cứ thấy hội hợp mãi mà xem chừng ra nhộn nhạo lắm, thì phải dặn các lính gác canh cho cẩn thận và bảo rõ những lúc thể nào thì phải lui về đồn. Khi nguy hiểm lắm thì mới cho nạp súng.

Nếu có đường đi thông được thì phải phi báo cho quan mẫu binh hay là quan ấy đi vắng, thì báo cho quan coi đầu bàn giấy trong trại, báo sở sen đầm và những lính gác ở đồn canh bên cạnh.

Khi bị đánh, thì quan coi bọn gác phải dùng các cách mà trống giữ đồn mình cho mạnh mẽ, đến mãi cùng song mới thôi.

Khi có cháy, thì người sếp phải bắt lính lấy súng và phi báo cho đồn lính chữa cháy ở gần nhất. Phải cho đến chỗ cháy bao nhiêu lính có súng mà mình có thể cho đi được, theo hạn đã định ở đoạn sau cùng khoản 29 để giữ khỏi nôn nao và để rễ cứu.

Phải báo ngay quan coi đầu bàn giấy trong trại như không có thì báo quan mẫu binh, ông cẩm và những đồn canh gác ở gần nhất.

Khi có lính ở trong trại ra thì những lính gác lại về đồn canh.

Đổi gác (Relevé des sentinelles).

Khoản thứ 17. — Người trực việc nào hay là người lính nào ra quyền, phải đi đổi những lính gác nào đền lượt phải đi ra ngoài, xem quần áo, súng ống có được tử tế không và cho cắm lưỡi lê vào đầu súng.

Trước hết đổi người lính gác, gác trước súng, rồi dần dần đến những người khác, bắt đầu từ người ở xa. Trừ ra người lính đổi gác đầu tiên, còn tất cả phải theo người đi đổi mãi đến lúc người ấy về đền đồn canh mới thôi.

Cách độ 6 bước đến người lính gác phải đổi về, thì người trức việc hô lính đứng lại, để người lính gác mới đứng trước người lính gác cũ ; người gác cũ giao lệnh lại người trức việc, nếu cần thì chữa lại, và giảng cho những cái gì cần. Hai người lính gác cũng giơ súng ra chào. Người trức việc bảo cho người lính gác mới biết sự thể cái tròi canh và nóc cái tròi canh.

Ngộ khi có lệnh phải nạp đạn vào súng trước thì người trức việc bảo tháo đạn ra, rồi đi với người lính gác đổi rồi đứng ở bên chái đi lại với bọn lính đứng ở sau cùng ; lại dẫn lính đi và đổi những lính gác khác.

Khi đổi gác song rồi, thì người trức việc dẫn lính về đồn canh và trình cho người sếp đồn canh biết.

Giữ yên, lấy lính, bắt (Maintien de l'ordre public, réquisitions, arrestations).

Khoản thứ 18. — Những người sếp đồn canh không nên quên rằng binh lính là cốt để giữ cho yên ổn, giữ người và giữ của. Khi có quan coi về việc tuần phòng hay là những người thủ hạ của các quan đến xin lính mình, thì phải giúp vào mà đi bắt những đứa gian phi và những đứa gây loạn.

Mình cũng phải giúp vào với những quan đi thu thuế, khi những quan ấy cần mình giúp đỡ vào việc thuế ngoại ngạch, thuế nhập cảng và thuế đoan.

Những lính cú lít dẫn đến đồn canh đứa nào cũng nhận cả. Những người lính cú lít phải xưng mình là gì cho người ta biết. Rồi biên việc mình bắt được và ký vào sổ ở vọng canh.

Ai bị phải có việc gì ngăn trở thì người sếp đồn canh che chở cho người ta. Cho đi bắt những đứa nào mà người ta kêu đuổi bắt, hay là những đứa nào bị bắt được quả tang đương làm bậy.

Khi có người nào, không phải là quan coi về việc tuần phòng, đến kêu mình hay báo mình để bắt ai, thì người sếp đồn canh lấy tên, nghề nghiệp và chỗ ở những người đến báo ấy mà biên vào tờ bẩm của mình.

Nếu có người lạ đến kêu xin bắt một người khác mà tội chưa rõ, thì người sếp đồn canh dẫn cả hai người đến sở cẩm.

Không bao giờ người sếp đồn canh được đi đâu và được cắt quá nửa số quân trong đồn đi.

Việc lính đánh nhau và cãi cọ nhau trong các nhà công và nhà tư
(Rixes et querelles des Militaires dans l'intérieur des établissements publics et des établissements particuliers).

Khoản thứ 19. — Nếu người sếp đồn canh thầy báo có sự lôi thôi to trong hiệu rượu, hiệu cà-phê hay các chỗ công khác, mà có lính can vào đầy, thì phải cho một người trức việc và mây người ra dẹp cho yên đi, và nếu có nên thì ra bắt những đứa hỗn láo về.

Nếu có sự lôi thôi sẩy ra trong những nhà không phải là những nhà đã kể ở đoạn trên thì người sếp đồn canh cũng phải cho một toán quân ra ; nhưng nếu không có người chủ nhà hay ông cẩm xin vào cứu giúp, thì lính không được vào, đừng có thầy tiếng kêu : Cháy ! Ôi giết người ! Cứu mầy ! Trộm ! kêu ở trong nhà hay những người vừa chạy ra kêu như thế thì mới phải vào.

Những lệ để dải những người bị bắt hay tải những tù
(Règles pour faire conduire des personnes arrêtées ou faire escorter des prisonniers).

Khoản thứ 20. — Khi người coi bọn canh cho dải những người bị bắt đi, hay là có quan chính sự xin tải tù, thì người ấy phải theo những lệ sau này :

Đám tải thì số lính phải gấp hai số người bị dẫn đi. Đám tải chỉ có thể cho người lính quyền trức sự ra cai quản được là khi không có người trức sự nào sẵn trong đồn. Đám tải ấy phải đeo súng mà cắm lưỡi lê vào đầu súng.

Người coi bọn gác phải đứng xem lúc giao tù cho bọn lính tải, đừng có lúc nào bận hẳn thì mới thôi.

Nghiêm cấm lính tải không được nghỉ lúc đương đi đường và để cho tù nói chuyện với bất cứ ai. Không được để xe đi ngắt đôi bọn tù ra, phải tránh những phố đông người, những đám đông người và nếu cần, thì quay lại bỏ đường, đi thẳng về lối ít người đi lại.

Những người coi bọn canh gác không bao giờ được đi đâu ; việc dải tù thì chỉ được cắt số lính đi tải bao nhiêu đã hạn trong đoạn cuối cùng khoản thứ 29.

Để theo được lệ nói ở khoản ấy, thì người ấy, nếu có cần, cắt nhiều lần đi ; lúc cần kíp thì được phép xin thêm lính ở trại hay ở các đồn canh gần đầy.

Phải nhắc lại cho người sếp tải biết rằng, nếu tù chốn thì phải trách cứ và cứ việc ấy có thể đem ra tòa án quan binh sử tội được.

Vệ sinh lính và trong đồn canh
(Hygiène des hommes et du poste).

Người sếp đồn canh phải trông nom kỹ lưỡng như sau này :

1º — Cho lính chỉ uống nước trong sạch thôi ;

2º — Cho vọng gác được thông khí luôn luôn, âm áp và được sáng sủa.

NÓI VỀ LÍNH GÁC (DES SENTINELLES).

Những bồn phận chung (devoirs généraux).

Khoản thứ 21ª. — Những người lính gác bao giờ súng cũng phải có lưỡi lê ở đầu ; không phải mang bao ; súng để ở chân và vác lên vai được cả ; không bao giờ được giời súng ra, ở trong trời canh cũng vậy ; khi mình phải lúc trông cự, thì chìa lưỡi lê ra.

Bao giờ cũng phải giữ lấy điệu vo bộ, không cần gì thì không được nói với ai và không được đi khỏi trời canh quá ba-mươi bước.

Những lính gác thì chỉ có người trức việc ở đồn canh hay người lính ra quyền trức việc mới đổi được mình thôi ; mà chỉ giao lại lệnh của mình hay là vâng lệnh mới là trước mặt người sếp đồn canh hay người trức việc ở đồn canh.

Không cần phải đi xa vọng gác của mình, phải che chở cho bất cứ ai có điều gì sợ hãi và đền trốn gần mình.

Canh gác lệ trong hai giờ, đừng có lúc nào rét lắm hay những lúc có việc gì thì quan mẫu binh sẽ giảm đi cho ; trong những lúc cần kíp thì người sếp đồn canh có thể giảm thê được nhưng phải trình quan trên.

Muồn chào ai, thì người lính gác đứng lại, quay mặt theo mặt trời canh và giơ súng ra hay là khi lũ người hay những người nào mà mình phải chào ây đã đều gần mình 6 bước, thì phải đứng mã binh. Phải đứng mã binh mãi đền khi người ta đi khỏi mình 6 bước mới thôi.

Nều ngộ khi người lính gác nào cần phải đổi, thì kêu : ông sếp đồn canh ơi, xin ông đền đổi cho tôi ! (chef de poste, venez relever !) Nhời ây cứ chuyển mãi hết người gác nọ đền người gác kia đền mãi đồn canh.

Khi người lính gác trông thầy đâu có cháy thì hô kêu lên : cháy ! (au feu !).

Khi nghe thầy tiếng dẫm, trông thầy làm điều gì lỗi, thầy có việc gì lôi thôi bậy bạ, hay khi có ai kêu đuổi đứa nào, thì kêu lên : A la garde ! (ra đuổi bắt). Những nhời kêu cứ chuyển hết người gác nọ đền người gác kia đền mãi đồn canh mới thôi ; người sếp đồn canh cắt một người trức việc hay là người lính ra quyển đi với mây người lính để ra bắt.

Khi người lính gác trước súng, nghe thầy trồng đánh và kèn thổi động « la générale » hay là khi thầy bọn lính gác chào ai hay đạo binh nào thì hô : « Aux armes ! (lấy súng !).

Ban đêm, kể từ giờ mà quan mẫu binh đã định, người lính gác có trông thầy toán quân nào đi, toán róm đêm nào hay là toán ba trui nào, thì hô : Halte-là ! (đứng lại !). Nều toán quân ây, toán đi róm hay là toán đi ba trui ây đứng lại, thì hô : Qui vive ! (ai đây). Hễ thầy giả lời lại rằng : France, ronde ou patrouille ! (Đại-pháp, đi róm hay là đi ba trui thì người lính gác lại hô : Avance au ralliement ! (Đền mà nói khẩu hiệu !). Người sếp toán ây đi lên trước và cho tiếng khẩu hiệu người lính gác.

Nều toán quân ây, toán róm hay là toán đi ba trui ây không đứng lại, thì người lính gác lại hộ lại : Halte-là ! Nều cứ đi lên mãi mà không giả lời gì, thì người lính gác chìa lưỡi lê ra và ngăn không cho đi qua.

Nếu phải là người lính gác trước súng thì hễ khi nhận được tiếng khẩu hiệu rồi, thì gọi người sếp đồn ra nhận xem quân nào.

Những tiếng khẩu hiệu phải nói sẽ với nhau.

Ông quan hay người đội đi róm hay là người sếp ba trui được vào một mình mình trong đồn canh thôi. Ký và biên giờ nào mình đi qua đây vào trong tờ giây lập bộ và vào số ở đồn canh ấy.

Ban đêm, nếu có lệnh riêng, những người lính gác không nên cho người ta đến gần, hễ thấy người nào đi đến gần thì phải hô to lên rằng : Halte-là. Nếu những người ấy không dứng lại, thì lại hô lần thứ hai nữa : Halte-là ! và, nếu cần, thì hô rằng : Au large ! để cho người ta đi ra phía khác.

Nếu đã hô hai lượt rồi : Halte-là ! mà người ta còn cứ đi lên mãi không giả lời lại, thì giơ lưỡi lê ra và ngăn không cho đi qua.

Trong những lúc động, nhộn nhạo hay là bị đánh, mà khi súng mình vẫn theo lệnh nạp sẵn, nếu hai lần Halte-là mà người ta cứ đi lên mãi thì hô : Halte-là ou je fais feu ! (đứng lại, không thì tao bắn). Nếu, tuy đã bảo trước thế, mà vẫn cứ đi lên mãi, thì bắn và gọi bọn lính gác ra.

Khi nào những lính gác bị đánh thì mới dùng đến súng của mình mà bắn.

Việc canh gác trong những nhà pha
(Service de garde dans les prisons).

Khoản thứ 21 [b]. — Trong những đồn canh đặt ở những nhà pha, thì lệnh chung lại thêm những điều như sau này về phận sự những người lính gác :

1o Những lính gác phải trông nom về việc yên ổn trong nhà pha và thấy điều gì bất cứ làm cho mang tiếng thì bảo người sếp đồn canh.

2o Khi súng mình không nạp sẵn thì để sẵn hai viên đạn vào trong bao đạn ở ngay chỗ khoảng tay mình rẽ lấy ;

3o Nếu ban ngày, thấy một đứa tù ở trên mái nhà hay là chèo tường ra, thì bắt nó đứng lại ngay, và kêu động lập tức lên rằng : Aux armes ! Nhời hô những người canh gác khác nhắc chuyển đi ;

4º Nếu ban đêm thấy có tù định trốn, thì nạp súng vào và hô lên rằng : Halte-là ou je fais feu ! (Đứng lại không thì tao bắn !) Nếu tuy mình đã bảo trước thế, mà đứa tù không đứng lại, thì bắn và gọi bọn gác ;

5º Nếu ban đêm có tù hé cửa sổ không có trấn song ra, thì người lính gác bắt bảo đi vào và bảo luôn hai lượt nữa. Nếu lần sau cùng mà không thấy nó vào thì mới bắn ;

6º Ngoài những cơ đã nói trong lệnh chung ở khoản 26 cùng số 4º và số 5º ở khoản này, thì những lính gác lúc mình phải giữ thân thì mới dùng đến súng mình mà bắn.

Đi rốm và đi ba trui (Rondes et patrouilles) Bổn phận (Devoirs).

Khoản thứ 22. — Ban đêm, đến giờ mà quan mẫu binh đã định, những toán quân đi có súng ống, những đám đi rốm và đi ba trui nhận nhau như cách sau này :

Người sếp khi trông thấy trước tiên toán quân nào, toán ba trui hay đám đi rốm nào thì hô : Halte-là rồi hô : Qui vive ! và thấy giả lời : France, ronde ou patrouille ! thì hô rằng : Avance à l'ordre ! (Đến mà nói tiếng khẩu hiệu !) nhận được tiếng khẩu hiệu của người sếp ba trui hay rốm thì lại nói tiếng hiệu riêng cho người ta biết mình.

Những bọn đi ba trui có súng mà có khi có lệnh người sếp đồn canh hay sếp ba trui cắm lưỡi lê vào súng, mà đi con đường đã vạch cho mình ; chỉ khi nào thấy ồn ào trong phố gần đấy hay la thấy cháy thì mới có thể bỏ con đường ấy được thôi.

Nếu thấy ồn ào, thì những người sếp ba trui phải theo những điều lệ nói ở trong khoản 29 để dẹp cho yên dân ; nếu thấy cháy, thì cho lính đi báo ngay đồn canh gần đấy và đem lính đến đấy để giữ cho yên. Khi có lính ở trại ra thì lính ba trui mới được về.

Những người sếp ba trui phải xem xét những người lính gác canh có cẩn thận không. Nếu thấy không được cẩn thận thì phải bảo người sếp vọng canh đấy biết, và lúc về lại trình người sếp đồn canh mình dể ngộ có nên biên vào tờ lập bộ của người ấy chăng.

Khi bọn đi ba trui thấy ngoài phô những người làm nhộn nhạo hay là những lính tráng không kể các cai đội, mà lúc gọi áp bọn chiều rồi không có giầy phép thì bắt cả.

Những người bị bắt ấy dải cả về đồn canh để ngày mai dải đến những các quan đã nói ở trong lệnh (consigne) theo như khoản 28.

Những người đội mà lúc quá giờ phải vào trại rồi mà còn gặp bọn ba trui thì phải cho người sếp ba trui biết tên mình và sô hiệu đạo quân của mình.

VIỆC TUẦN TIỂU BINH LÍNH (POLICE MILITAIRE).

Những lính giữ lại ở nhà lập lách hay ở trại (Troupes consignées dans la place. et dans les casernes).

Khoản thứ 23. — Có lúc cần phải, quan mẫu binh có thể giữ một phần lính hay tất cả lính ở trong nhà lập lách.

Trong những lúc trọng hệ, quan mẫu binh có thể giữ tất cả lính hay một phần ở trong trại.

Những quan coi các đạo binh và toán binh cũng được phép giữ lính bọn mình như thê. Khi nào giữ thê thì phải trình ngay quan mẫu binh biết và kể rõ cớ tại làm sao.

Nhà chứa cờ bạc. — Nhà bán rượu (Maisons de jeu — Cabarets).

Khoản thứ 24. — Quan mẫu binh phải coi sóc cho lính khỏi đánh cờ bạc. Khi thấy ai báo rằng lính hay đến một nhà nào chứa cờ bạc, thì tư sang quan văn biết.

Ông ấy cũng có thể xin đi khám các hàng cơm, hàng cà phê, hàng bán rượu và những các chỗ chung khác, để cho lính khỏi ở quá giờ vào trại.

Ông ấy khi xét ra cần cho việc khuôn phép và việc vệ sinh cầm lính không được vào những cửa hàng ấy.

Ông ấy có thể xin quan văn giúp đỡ để liệu những cách tìm tòi và phòng giữ cho lính mạnh khỏe.

Một bọn lính đang đi không nên để đi ngắt làm đôi (Une troupe en marche ne doit pas se laisser couper).

Khoản thứ. 25 — Một bọn lính đang đi không nên để cho những người đi một mình, lũ người nào hay những xe gì đi vào giữa ngắt đôi ra.

Lúc đứng lại hay là nghỉ ở trong phò, thì người sếp bọn lính phải làm thế nào cho khỏi ngăn chở sự đi lại và cho người đi đường khỏi lẫn vào với lính.

Lúc động (Cas d'alarme).

Khoản thứ 25 bis. — Có động thì có kèn báo thổi « la générale ». Tất cả lính phải trực để họp ngay vào đạo binh mình.

Lính đến nhà lập lách.
(Militaires arrivant dans une place).

Khoản thứ 26. — Những lính nào không về hàng quan phải đến trình sở quan binh (nhà lập lách), hay là không có thì đến sở cẩm để lấy chữ ký vào những giấy mà mình mang đi.

Những giấy phép không quá tám hôm thì không phải trình lấy chữ ký.

Phạt những lính ở đạo binh khác (Punitions infligées à des militaires d'autres corps).

Khoản thứ 27. — Người lính nào hay người lính thủy nào trái lệnh về việc khuôn phép không ăn về việc binh nội trong các đạo binh hay các nhà lập lách, mà một ông quan hay một người có trức sự so sánh về lục binh hay là về thủy binh, thì có đơn xin phạt ông quan coi đầu bàn giấy trong trại biên vào quyển số riêng ở nhà lập lách và chuyển lên quan mẫu binh.

Ông quan mẫu binh được quyền cứ theo việc quan và việc phép tắc nhà lập lách mà phạt những lính và lính thủy nào thuộc về trại nhà lập lách mình coi hay là đi qua đẩy mà trái lệnh.

Khi nào mà ông ấy không muồn tùy quyên thì ông ấy gửi đơn xin phạt cho ông sếp đạo binh hay ông sếp sơ vít nào để định phạt và trình ông ấy biết ; ông quan đầu bàn giấy trong trại bảo cho người có đơn xin phạt biết ; đơn ấy đã xét ra thể nào.

Ở những sứ không có trại lính thì những đơn xin phạt phải gửi đền quan coi sở sen đầm ở đầy để người ta gửi lên quan lục binh hay thủy binh xét.

Việc quan trong nhà thương chung mọi người (Service dans les hôpitaux mixtes).

Khoản thứ 28. — Ngày nào cũng cử một người đội ra sà-sải làm việc trong hai mươi bôn giờ ở trong nhà thương chung. Người đội ấy phải theo các thể cách lệ luật về công việc nhà thương đã nói ở trong lệnh (consigne) của mình, cùng những lệnh mà quan thấy thuốc-sếp chuyền cho để giữ gìn tuần phòng trong nhà thương ; thấy gì thì phải trình quan thầy thuốc ấy. Phải đi theo quan đi khám bệnh ở nhà thương.

Những lính bị tù nằm nhà thường (Militaires détenus en traitement dans les hôpitaux).

Khoản thứ 29. — Những lính bị giam chữa bệnh thì cho nằm vào trong những cái buồng riêng. Những buồng ấy thì việc tuần phòng riêng về việc quan binh, để liệu các cách mà coi giữ những lính bị giam ấy.

SỰ GIAO THIỆP VỚI QUAN VĂN (RAPPORTS AVEC L'AUTORITÉ CIVILE).

Lính đi dường (Troupes en route).

Khoản thứ 30. — Những toán lính nào ở tạm lại nhà lập lách nào hay đi qua đầy phải tuân lệ luật về việc phép tắc ở nhà lập lách và có việc gì với quan văn thì chỉ có quan mẫu binh đi được thôi.

Giấy khai ăn ở tốt (Certificats de bien-vivre)

Khoản thứ 31. — Người sếp toán lính đóng ở nhà người dân phải để lại ở nhà lý-trưởng một ông quan

để thu đơn kêu của dân sự và lấy một cái giây của lý-
trưởng khai về cách lính ăn ở với dân sự thế nào.

Toán lính đi rồi, thì ông quan ấy ở lại sau 3 ngày ở
nhà lý-trưởng.

Khi toán lính đi vào quãng 18 giờ và 6 giờ, thì cái giờ
trước hạn ấy không bao giờ được trước 6 giờ.

Việc giữ yên dân (Maintien de l'ordre public).

Khoản thứ 32. — Khi cần đến lính giúp đỡ để giữ
cho yên dân và để thi hành các luật thì quan binh theo tờ
xin của quan văn và theo những phép định ở khoản 234
về luật hình và khoản 218 về luật án quan binh mà làm.

Bên quan binh phải bàn với quan văn và, tùy cơ ứng
biến, cố giữ giao thiệp với quan văn để liệu các cách
mà thi hành tờ xin lính ấy.

Dùng súng (Usage des armes).

Khoản thứ 33. — Những bọn lính cắt ra làm việc
ấy chỉ được dùng súng trong những lúc như sau này :

1o — Nếu bị phải đứa hung tợn hay hung hăng đánh
đến mình ;

2o — Nếu không có thể dùng cách khác mà giữ được
chỗ đất mình đóng hay những đồn mà mình coi ;

3o — Nếu mình phải cho vào những điều lệ nói ở
khoản 3 ở luật ngày mồng 7 tháng 6 năm 1848.

Hễ thấy những đám quân quần tam tụ ngũ đứng ở
đường xá quan chính, nếu không có quan ở đấy thì quan
coi toán lính phải cho trình quan văn đóng ở gần đấy.

Theo những hai điều trên ở khoản này, thì người coi
toán lính, khi thấy đánh bất thình lình mà mình còn
chứa coi ra gì thì bảo cho những đứa phản tặc biết
hoặc bằng trông đánh một hồi hay mấy hồi trông luôn,
hoặc thổi kèn một lượt hay mấy lượt lối « Garde à vous »
(Liệu hồn đấy), hoặc nói to luôn lên rằng sắp chuyển
lệnh cho dùng súng bắn. Trước khi bắn, thì người ấy
xem bọn lính mình còn có thể vững được bao lâu hay
những đồn giao cho mình còn có thể giữ được bao lâu
nữa thì hoãn bắn lại bấy lâu.

Khi nào quan văn có giấy thôi không cần đến mình
giúp đỡ nữa thì mới thôi.

Những lính phải giúp đỡ vào với những người quan sai (Les militaires doivent prêter main-forte aux agents de l'autorité).

Khoản thứ 34. — Người binh nào mặc quần áo lính cũng phải tự mình mà giúp đỡ, cũng liều sống chết, với người sen đấm, cùng những người quan sai, là khi những người ấy ăn mặc quần áo nhà nước hay có giâu hiệu gì.

Nói về việc bích kẻ khi có cháy (Du piquet en cas d'incendie).

Khoản thứ 35. — Khi có ai báo cháy đến trại nào, thì những lính bích kẻ phải đi sắp sẵn sàng ngay, một nửa thì ăn mặc ra cách chữa cháy, một nửa mang súng đi và đi ngay đến chỗ cháy.

NHỮNG ĐIỀU LỆ RIÊNG VỀ TRẠI QUÂN CÓ LŨY (DISPOSITIONS SPÉCIALES AUX PLACES DE GUERRE)

Quan đề-đốc-thống-lĩnh về việc trống giữ (Commandement supérieur de la défense).

Khoản thứ 36. — Khi bình thì, thì những trại quân có lũy đóng lại thành lũ trại. Một ông quan sáu, không có, thì một quan năm đứng đầu lũ ấy và để sửa soạn về việc trống giữ. Ông quan ấy được trước là quan đế-đốc-thống-lĩnh về việc trống giữ.

Mà cũng có tòa thơ lại.

Những lệnh riêng về cho những lính gác (Consignes particulières aux sentinelles).

Khoản thứ 37. — Những lính gác phải bắt những người trực họa địa đồ, hoặc có máy họa hay không, mà họa trên mặt lũy trong thành hở và trong cái đường giáp liền chung quanh trại quân đóng có thành lũy, hay đồn nào hay chỗ quân bộ hay quân thủy đóng. Nếu nó không có giấy phép của quan đốc đạo thú-bị cho làm, mà đã trình hoặc quan mẫu binh, hoặc quan đế-đốc-thống-lĩnh về việc trống giữ rồi, thì bắt dải về quan mẫu binh để quan ấy, nếu nên, phải dải về tòa án.

LÍNH CHÀO (HONNEURS MILITAIRES)
Những lệ chung (Règles générales).

Khoản thứ 38. — Lính chỉ phải chào ban ngày thôi. Không có chào hai ba lượt. Chào, thì những lính mang súng giơ súng ra mà chào dầu súng có lưỡi lê : những người có gươm, có kiếm thì cũng phải giơ ra. Những lính ở về các sơ vít khác thì phải lấy tay giơ lên mũ mà chào.

Những bọn lính đang đi và những lính đi một mình mà không phải là lính gác thì chào không phải có lưỡi lê ở đầu súng.

Chào những quan võ ngoại quốc
(Honneurs à rendre aux officiers étrangers).

Khoản thứ 39. — Những lính thuộc về đạo binh nhà nước thì phải chào các quan võ ở ngoại quốc mà có mặc quân áo quan mà có đeo lon hiệu trực của họ.

Lính gác phải chào
(Honneurs à rendre par les sentinelles).

Khoản thứ 39 bis. — Những lính gác thì giơ súng ra mà chào :

Chào những cờ quốc hiệu và cờ kỵ-mã ;

Quan Giám-quốc ;

Những các quan thượng-thư và các quan trong phủ sứ ;

Các quan thượng-nghị-viên hay là các ông ở tòa hội-viên (cả tòa hay một phần tòa thôi) mà có lính đi hộ-tông ;

Các quan tòa cơ-mật viện (cả tòa hay một phần tòa) mà có lính đi hộ-tông ;

Các quan phủ, hnyện, các quan tòa nhà nước ăn mặc lối bình phục, có lính đi hộ-tông hay không ;

Các quan tòa án tam pháp hay là tòa tra hạch sổ sách nhà nước (cả tòa hay một phần tòa) mà có lính đi hộ-tông ;

Các quan võ về lục-quân và thủy-quân ;

Các người có bắc đẩu bội tinh mà đeo bội tinh ấy ;

Các bọn quân đi có súng ống ;

Những đám đưa đám ma.

Còn thì đứng cho im, tay thẳng xuồng và súng dựa ở chân, để chào :

Những phó-quản và những người lính trức ầy ;

Những người có bội tinh mi-lit-te đeo ở mình người ta.

Những vọng canh, những lính gác và bích kẻ chào (Honneurs à rendre par les postes, gardes et piquets).

Khoản thứ 40 : — Những lính ở vọng canh, lính gác và bích kẻ giơ súng ra mà chào :

Cờ quốc hiệu và cờ ky-mã. . . . Quan Giám-quồc. . . . . Các quan Thượng-thư và các quan trong phủ sứ. . . . . Các ông trưởng thượng nghị-viện hay hội-viên, các ông nghị-viên và hội-viên mà có lính đi hộ-tông (cả tòa hay một phần).	Trống đánh và thổi kèn lối « aux champs», các quan giơ kiềm ra chào.
Các quan tòa cơ-mật viện mà có lính đi hộ-tông (cả tòa hay một phần tòa).	Trống đánh và kèn thổi lối « aux champs ».
Các quan phủ ăn mặc đồ binh phục mà có hay không lính đi hộ-tông cũng vậy. . . . . . Các quan tòa tam pháp hay tòa tra hạch sổ sách nhà nước mà có lính đi hộ-tông.	Trống đánh và kèn thổi lối « le rappel ».
Các quan sáu thống chề binh bộ đi khám một hay mấy đạo binh Các quan thủy-sứ đề đồc đi khám một hay mấy toán binh thủy hay coi tập trận . . . . Các quan thống chề binh bộ coi thành Paris hay thành Lyon. . Các quan thống chề binh bộ coi một đạo binh. . . . . Các quan thủy-sư chánh đề đồc coi bề hay là quan hải-phòng phủ doãn quan.	Trống đánh và kèn thổi lối « aux champs »; những quan võ chào,

Các quan thống chế binh bộ và thủy-sư đế đốc. . . . . Các quan mẫu binh không phải là quan sáu. . . . . Các quan sáu và quan thủy-sư. .	Trống đánh và kèn thổi lối «le rappel»; những quan võ trên chào thôi. Người coi bọn quân chào.

Bọn gác bố lít (Gardes de police).

Khoản thứ 41. — Khi quan sếp đạo binh vào hay khi người ở trại ra, thì bọn lính gác bóp bố lít lấy súng ra, đứng ở đằng trước bóp ấy mà giơ súng ra chào.

Và lại bọn lính gác ấy cũng chào như là bọn gác nhà lập lách chào vậy.

Bọn gác giữ cho các quan to (Gardes d'honneur).

Khoản thứ 42. — Những lính theo giữ cho các quan to thì chỉ chào những quan to trức hơn hay ngang trức và phẩm trước với quan mình theo hầu, mà chào thì cũng như nhau cả.

Những người sếp đồn canh hay bọn canh giữ cho các quan to phải theo lệnh ông quan mà mình theo hầu.

CÁC BỌN LÍNH PHẢI CHÀO
(HONNEURS A RENDRE PAR LES TROUPES)

Khi gặp quan Giám-quốc (Rencontre du Président de la République).

Khoản thứ 43. — Nếu bọn lính đang đi gặp quan Giám-quốc (hay là quan Giám-quốc đi qua trước mặt bọn lính ấy), thì đứng lại, quay mặt vào ngài, giơ súng ra chào, trống đánh và kèn thổi lối « aux champs », cờ quốc hiệu và cờ kỵ-mã và các quan chào cả.

Khi gặp cờ quốc-hiệu hay là quan sáu (Rencontre d'un drapeau ou d'un Officier général).

Khoản thứ 44. — Khi một bọn lính đi qua trước lá cờ quốc-hiệu hay là lá cờ ấy mang qua trước bọn lính đang đứng, thì người sếp bọn lính ấy hô lính chào và mình cũng chào.

Khi một bọn lính đi qua trước mặt một quan sáu, hay là khi quan sáu đi qua trước mặt bọn lính đang đứng, thì người sếp hô lính chào và mình cũng chào.

Những bọn lính đang đi gặp nhau (Rencontre de troupe en marche).

Khoản thứ 45. — Khi hai bọn lính có súng gặp nhau, thì chào nhau, không đợi bọn nào chào trước và cũng không đứng dừng lại ; trồng đánh và kèn thổi lối «aux champs en marchant», những lính thổi kèn thổi lối « la marche ». Những ông quan coi hai bọn lính ấy cũng lày gươm ra chào lẫn nhau. Hai bọn lính bọn nào cũng đi về đẳng tay mặt cả. Khí chật, thì những bọn ky mã đứng dẹp vào cho bọn lính bộ đi.

Gặp dám ma (Rencontre d'un convoi funèbre)

Khoản thứ 46. — Khi một bọn lính gặp dám ma, thì ông quan coi bọn ấy hô lính chào. Nếu bọn lính đang đi, thì cứ chào không cần đứng lại.

Gặp một người trên có trức quan (Rencontre d'un supérieur du grade d'officier).

Khoản thứ 47. — Người coi một bọn đang đi mà gặp người trên có trức quan thì chào, nếu mình là quan, thì chào bằng gươm hay là kiếm ; nếu là lính thì giơ súng ra và quay mặt về người trên ấy mà chào. Nếu gươm hay kiếm mình còn trong bao đeo hay là bọn lính đi không có súng, thì lày tay phải giơ lên nón mà chào.

Lính đi một mình chào (Honneurs à rendre par les isolés).

Khoản thứ 48. — Người lính bộ nào hay lính thủy nào đi qua trước lá cờ quốc-hiệu cũng phải chào.

Những người lính bộ đi một mình có súng, mà đi qua trước lá cờ quốc-hiệu, trước mặt một ông quan nào hay trước mặt một bọn lính nào có súng thì giơ súng ra mà chào.

ĐƯA ĐÁM MA (HONNEURS FUNÈBRES)
Những điều chung (Dispositions générales)

Khoản thứ 49. — Trừ ra những quan sáu, còn việc đưa dám ma thì cắt quan hay lính di đưa tùy từng lúc.

Đưa ma những người lính trong các đạo binh bộ (Honneurs funèbres aux militaires des corps de troupe).

Khoản thứ 50. — Khi người lính nào ở về đạo binh bộ và khi cắt dám ma ở ngay chỗ người ây coi hay ở chỗ người ây dóng thi việc đưa ma phải cử một toán lính ở các đạo binh, các dội binh hay cơ binh mà người chết ây đứng đầu hay là có ở trước, và định như sau này :

	Những toán lính có súng
Quan năm ren vàng . .	Cả régiment (có cờ và nhạc phường).
Quan năm ren chẳng. .	Một nửa régiment.
Quan tư.	Cả một bataillon.
Quan ba.	Một compagnie.
Quan hai.	Nửa compagnie.
Phó-quản và dội đăng lại ; lính có bắc đầu bội tinh hay bội tinh mi-li-te.	20 người mà một người dội đăng coi.
Phó-quản và dội ; lính đăng lại	12 lính mà có một người dội coi.
Lính chưa đăng lại . .	8 lính mà một người cai coi.

Những lính bị-bịnh, hễ khi chết hãy còn tại ngũ, thì đưa dám ma cũng như những lính vẫn ở ngũ. Còn các lúc khác, chết thì không được lính đưa.

Việc những bọn lính cử đi đưa đám ma. — Đám đi (Service des troupes commandées pour rendre les honneurs funèbres. — Marche du cortége).

Khoản thứ 51. — Những bọn lính cử đi đưa đám ma thì dẫn dẻn chỗ để đưa sác người chết di. Lúc đưa đi, thì lính chào tuỷ trức người chết. Rồi phải đưa đền mãi nghĩa địa.

Đi thành hàng, súng vác vai, nửa đi trước xe, nửa di sau xe.

Hai hàng ấy nối nhau vì có hai toán lính di thưa thưa ở bên phải và bên chái xe sác và những xe dám ma. Những lính di hàng một thưa ấy đeo súng ở dưới cánh tay. Những cờ quốc-hiệu cũng đeo một miếng vải chở ; những trồng phải bọc vải đen ; những kèn lớn và bé đều có vải che và vải chở.

Ở trên xe sác thì dể các giàu hiệu, súng và các thứ bội tinh của người chết. Nều người chết là quan sáu hay là quan thông lĩnh coi một đạo binh thì con ngựa dánh trận của người ấy giắt di theo xe, yên chùm vải đen.

Đền nghĩa địa thì lính phải chào như lúc ở nhà người chết. Rồi lính lại về trại.

Những người nào khỏng phải là lính bộ và lính thủy mà chết dược lính dưa ma thì chào ở chố dưa sác di. Đền mãi lúc dám di, thì những lính giơ súng chào, trồng dánh kèn thổi lôi dưa dám ma di.

Khi người sếp đạo binh chết
(Décès des chefs de corps).

Các quan võ dể chở ông sếp đạo binh mình một tháng.

Cách dể chở (Port du deuil).

Khoản thứ 52. — Các quan binh dể chở deo miếng vải đen chở ở gươm, dể chở người nhà thì deo miếng vải đen chở ở cánh tay chái.

www.ingramcontent.com/pod-product-compliance
Lightning Source LLC
LaVergne TN
LVHW051335200726
843510LV00002B/648